உணர்வுகளின் வெளிப்பாடு

அ நர்மதா

ஏலே பதிப்பகம்

உணர்வுகளின் வெளிப்பாடு – கவிதைகள்
© அ நர்மதா 2021
எழுத்தாளர்: அ நர்மதா

முதல் பதிப்பு: செப்டம்பர் 2021

வெளியீடு:
ஏலே பதிப்பகம்
5/175, பாத்திமா நகர்,
கூத்தென்குழி,
திருநெல்வேலி – 627104
தொடர்புக்கு: 9944992571

Unarvugalin velipadu - Poetry
All CopyRights Reserved By © A Narmadha
Author: A Narmadha
First Edition: September 2021

Published By:
Aelay Publish & Motivate Thamizha
5/175, Fathima nagar,
Kuthenkuly,
Tirunelveli -627104
Phone: 9944992571

Design And Executed by

ISBN : 978-93-5533-030-7
Page : 57

உள்ளடக்கம்

அணிந்துரை

சொற்களை காட்டிலும் எழுத்துக்கள் மூலமாக பதிவு
செய்யும் வரிகள் மனதில் நீங்காது நிற்கும் அவ்வாறான
எழுத்துக்களில் அன்பு, பாசம், காதல், பண்பு, தியாகம்,
மகிழ்ச்சி என அனைத்து தலைப்பிலும் உள்ள சொற்கள்
செவிக்கும் சுவை சேர்க்கும் வண்ணம் புத்தகத்தில்
இடம்பெற்றுள்ளது....... இப்படைப்புகளை படித்து செவிக்கு
விருந்தூட்டுங்கள்

திருமணம்

காற்றின் விளிம்பின் நிழளாய் நீயும்...
கடலின்அலையின் நீராய் நானும்....
கைக்கோர்த்த பாதைகளின் கணக்கில்
சிறு துளியாய் அன்பின் திரவியம் சேர்ந்து
காட்டின் உயிரினங்களின் நடுவில்...
இலக்கிய நயங்களை கொண்டு
ஆங்கில வழியின் படி
ஒரு தமிழ் திருமணம்...

ஏக்கம்

தந்தையின் கறம் பற்ற தவழ்ந்தேன் குழந்தையாய்....
இது வரை உன் கறம் பற்ற தவிக்கிறேன்
என் பெயரினை பிரித்தால் என் மரணம் நேரும்
ஏனெனில் நீ என் உயிருடன் கலந்துல்லாய்
என் கல்லறையில் என் இதயத்தின் துடிப்பு
ஒளிந்துக்கொண்டே இருக்கும்....
ஏனெனில் என் உயிர் உன்னிடம் உள்ளது
என் சுவாசத்திற்கு தெரியும் என் உடல் சடலமென்று
ஆனால் என் உயிருக்கு தெரியும் என் இதயத்தின் சத்தம்..

நினைவுகள்

அறவனைக்கும் கறங்கள் உணதென்று கனவிட....
தவிக்கின்ற என் உணர்வுகளை உனதாக உணர்ந்திட...
உன் கலைகண்ட விழிப்பார்வை என் குரல் தேடிட....
காவியமாய் உன் திசைக்கான
உன் நினைவுகள் அனைத்தும் கல்வெட்டாய் கொண்டு....
என்றும் என் நினைவில் புதைந்திருக்கும்
உன்னை பிரியாத வரம் வேண்டும்...

என் நண்பன்

உன் வாழ்வில் நிகழும் இன்பத் துன்பங்கள்
உன் செவியுற கேட்கும் நேரத்தில்
பழி உணர்வோடு அல்லாமல்....
உன் கரங்களோடு இவ்வுளகினை விட்டு பிரிந்தாய்...
ஆனால் என்றும் உன் நினைவுகளை புதைந்துள்ள
உன் நண்பர்களின் உணர்வின் புரிந்து
மீண்டும் இவ்வுலகில் உன்னை வரவேற்கிறோம்.....
உன் நிழல் தொடும் கறங்கள் பொய்யானது
உன் நினைவுகள் இக்கல்லூரியில் நிறைவது மெய்யானது...
இவை அனைத்தும் உன் உணர்வினை உணர்த்தும்
காவியமாய்

அன்புள்ளம்

நிரந்தரம் என்பது இருக்கும்வரை....
பிரிவு என்பது இருந்துக் கொண்டேஇருக்கும்..
ஏனெனில் பிரிவு நிரந்தரமே....!
அந்த நிரந்தரமில்லா உறவுக்கூட
அன்பை விளைக்கும் உன்னை போல.....

முயற்சி

காற்றின் நிழலும் கூட உன் அடிமை ஆகும்....
நீ விரும்பிய ஒன்று உன்னிடம் இருக்கும் வரை....
உனக்கான அனைத்தும் நீ அமைக்கும் வகையில் மட்டுமே....
எல்லை அடையும் வரை காத்திரு.....

கற்பனை

என்மேல் உன் சுவாசம் கண்டால்
கவி குழலும் எட்டிப் பார்க்கும்....
என் காலடியில் உன் பார்வை பட்டால்
அந்த சூரினும் விழித்திருக்கும் நம் திருமண வைபவத்தில்....

சகோதரத்துவம்

உடன் பிறக்கவில்லை....
என் விருப்பங்களை மறுத்ததுமில்லை....
வயிற்றில் பிரிவினை இருந்தாலும்....
அவன் அன்பும், அரவணைப்பும்
என் அன்னைக்கு நிகரானது...
கடவுள் கொடுத்த வரமாய்
என்றும் உன் அன்பிற்கு அடிமையான
உன் தங்கையின் முதல் மடல்...

என் ஆசிரியர்

வெற்றியை கண்டு மிதவாமளும்
தோல்வியினை கண்டு துவளாமளும்
என்னற்ற ஏற்றங்களை கண்டும்!
தனக்கென ஒரு குறிக்கோளுடன்....
ஒரு வினாவாய் அல்லாது
பிறருக்கு விடையாய் திகழும்!
மூன்றாம் ஸ்தானத்தில் வெகுவாய் தகுதிப்பெற்ற
குருவிற்கு....

தூய்மையான அன்பு

ஒரு முறை இமை அசைவதற்கு பல உணர்வுகள் ஆதாரம்....
ஒரு முறை உன் உணர்வுகளை உணர்வதற்கு உன்
செயல்களே ஆதாரம்...
ஆதாரம் இல்லா உயிர் கூட தூய்மை அற்றவை...

காணலில் ஒரு காதல்

அன்று துடிக்கும் இதயம் எனது என்றாலும்
அதை உணர வைத்தது நீயே.....
இன்று என் இதயத்திற்கு துடிப்பு
கிடைத்தும் என்னால் அதை உணர முடியவில்லை....

வாழ்க்கை

கிடைத்தது ஒரு வாழ்க்கை...
உன் விருப்பத்தை மட்டும் தெளிவாய் கவனி...
உன்னை சுற்றி இருப்பவர்களை கவனிக்காதே...
காற்றின் வழி போல் எங்கும் உன் கொடியை நிலைநாட்டு...

என் உயிர் சகோதரன்

உயிரூட்டும் கருவியாய்
எனை அரவணைக்கும் தாயைப்போல்!
கொடி பந்தத்தில் அல்லாது...
உன் உறவெனும் அன்பின் சிறையில் மாட்டிக்கொண்டேன்...
உடன் என் ஆயுள் வரை
இந்த பந்தம் வேண்டும் என் கறங்களில்.....
என் நண்பனாக.....
தமையனாக.....
காப்பாளனாக....

என்னவள்

ஒரு அழகான மாலை வேலையில்
பருந்துகளின் இசை ஜாலம் கலந்த.....
காற்றின் நிழல்போல் அவள் சிரிப்பின் ஒளியும்
அரக்கனும் அசையும் அவ்விழிப்பார்வையும்
என் மனதை கவரும்....
ரம்மியத்தின் உருவமாய்
என் விழியில் அவள்....
ஆனால் அவளோ என் உயிர் பிரியா விடைபெற்று
இன்று கல்லறையில் என் சுவாசத்தை பிரித்துல்லாள்
இது கனவல்ல
உன் அன்பின் ஸ்பரிதம்...!

மங்கையின் அழகு

காலங்கள் வேகமாய் ஓடினும்
கண் சிமிட்டும் நொடியில் கூட சாதனைகள்
படைக்கும் இவ்வுலகில்
காட்சிகளுக்கு குறை இல்லை....
இன்னல்கள் நிறைந்த வாழ்வில்
நாட்டினைச் சுமந்து...
வீட்டினைச் சுமந்து...
குழந்தைகளைச் சுமந்து....
என்றும் தன்னை பாரம் கொள்ளாமல்
தனி உலகையே வடிவமைக்கும்
அனைத்தும் பெண்மணிக்கும்
இயற்கையில் கலந்த
காற்றை போல் எங்கும்
உறவுகள் நிறைந்திருக்கும்
மகளாக....
தோழியாக....
சகோதரியாக....
மனைவியாக....
தாயாக....
உடன் வர இத்துனை உறவுகள் இருக்க
வேறென்ன வேண்டுடி?!!!
சுகமாய் வாழ்.!!!
சுகந்திரமாய் இரு?!!!

அம்மா

மாற்றங்களை
சுமந்தவள் நீ....
உயிர் பிறக்கும்
முன்பே நம் உறவுகளை
பதித்தவள் நீ....
எனக்கென உன் உணர்வுகளை
பகிர்ந்தவள் நீ....
அனைத்தையும் எந்த
ஒரு எதிர் பார்ப்பும் இல்லாமல் என்
புன்முறுவலை
காண
உன் கண்ணீரை மறைத்து
எனக்கு உயிர் தந்த
அன்னைக்கு
ஒரு சமர்ப்பணம்!!

நம்மை கடந்த காலம்

வெறும் நேரம் என்று நினைத்து
வீண்டித்த காலங்கள்
காலப்போக்கில்
நெடு நேரமாய்
தேடிக் கொண்டிருக்கிறோம்
தேடலாக வாய்ப்பையும்!!!
காலமாக முயற்சியையும்!!!

மழை

நிழலாகினும்
நிரந்தரமாய் உன் வடிவங்களை
சுமக்கும்.... அதுபோல
மழை துளிகள்
உன் உணர்வுகளை கொண்டு
உன் உருவத்தை வடிவமாக்கி இப்பூமியை
வந்தடையும்....
கரு மேகங்கள் சூழும் தருணத்தில்
வானவில்லின் அழகு எட்டிப் பார்க்க....
வானம் தன் கரங்கள் கொண்டு
மழை துளிகளை சமர்பிக்கும்.....
ஆழகி என்ற பட்டம் பெற....

மனைவி

தேடல் நிறைந்த என்னை
முத்துக்கள் உணர்ந்து...
அவளை
என் அருகில்
அடையாளம் காட்டியது
உனக்கானவள்
அவளென்று...

நம் தலைவன்

எழுத்தாணியும் உணரும்
கவிஞனின் பலம்
அவன் எழுத்துக்களில் என்று..
தவழும் காலத்தை கடந்தும்
உன் உயிர் நாடி சொல் கேட்டு கவிபாடி
உள்ளத்தில் அமர்ந்தாய்.....
விடுதலையை கண் முன் காட்டிய உன் பாடல்கள்...
உருவாய் அல்லாமல் உரையாடலிலும் ஒரு
விழிப்புணர்வு தந்தாய்....
உன் பாடலுக்கு எட்டையபுரமே செவி சாய்க்கும்....
ரத்தத்தை எழுத்தாணியாக்கி
எழுத்துக்கு உயிரூட்டிய...
தலைவனுக்கு....
பிறந்தநாள் வாழ்த்துக்களுடன்
பாராட்டுக்கள்...

இயற்கை

மேகங்கள் மெய் சிலிர்த்து கண்ணீர் விட...
வானம் அறவணைத்துக் கட்டி அனைக்க....
நிலங்களோ மகிழ்ந்து தலைவணங்க....
மழையின் மூலமாக
வானத்திற்கும், நிலத்திற்கும்
திருமணம் நடந்தேறியது....

விவசாயம்

விதை நிலத்தை விளைநிலமாக்கி...
வியர்வை சிந்தி
தனக்கென அல்லாமல் பிறருக்காக
புன்னகை குறையாமல்
உன் உழைப்பால்
உன\க்கெனவே சூட்டப்பட்ட
மொட்டான பெயர்
விவசாயி....
அதன் பூக்களோ
விவசாயம்....

புத்தாண்டின் வருகை

நினைவுகளை
என்றும் மறவாமல்
காலங்கள்
ஓடினாலும் இந்த
நியாபகங்கள்
உணர்வுகள்
மூலமாக...
ஒரு சேர இந்த
புது ஆண்டினை
வரவேற்போம்

கடிதம் ஒன்று தீட்டினேன்

விடியலின் நிழலில்....
புதிதாய் ஒரு வடிவில்....
காதலின் துணையில்....
உனக்கென உதிரும்
படிவங்களில்....
எனது பெயர் வேண்டும்...

கனவுலகம்

வருடிய
இடங்களை
தேடி...
கவி மனம் மாறும்
முன்பே...
கவிநிலவு நீ
என கண்டேன்....
விழிகள் மூடும்
தருணத்தில்!!

காதல்

சாரலின் பார்வை கொண்டு
தூண்டில் தவழும் கண்கள்..
காற்றின் வேகம் கொண்டு
உயிரை சூழும் சுவாசம்...
மின்னல்கள் போல் எட்டிப்பார்க்கும் புன்னகை...
தீயினைப்போல் பரவும் நினைவுகள்....
நீரினைப்போல் குணங்கள்...
அவ்வப்போது மாற்றிக்கொள்ளும் எண்ணங்கள்...
தினம் தினம் ஊஞ்சல் ஆடும் பேச்சு...
இவை அனைத்தும் கூறும் காதல் இந்த புவியில் கலந்தது
என்று....
இவை அனைத்தும் உணர காலங்கள் தேவை
ஆனால் நாம் உணர்ந்த மறையாத முதல் காவியம்
காதல்!!!

பெண்ணின் பெருமை

காலங்கள் வேகமாய் ஓடினும்
கண் சிமிட்டும் நொடியில் கூட சாதனைகள்
படைக்கும் இவ்வுலகில்
காட்சிளுக்கு குறை இல்லை...
இன்னல்கள் நிறைந்த வாழ்வில்
நாட்டினைச்சுமந்து
வீட்டினைச் சுமந்து
குழந்தைகளைச் சுமந்து
என்றும் தன்னை பாரம் கொள்ளாமல்
தனி உலகையே வடிவமைக்கும்
ஆனைத்து பெண்மணிக்கும்....
மகளீர் தீன வாழ்த்துகள்...

அம்மா

பிறப்பின்
விளிம்பினின்று விதை
முளைப்பு வரை துயரம்
கொண்டு உன்னை
சுமக்கிறாள்
அவள் பிறப்புகாக அல்ல
துணைக்காக....!
-அம்மா....

மழை

புகை நிறம்
சுழ்ந்திட உமிழ்
நீர் சுரந்திட
பூமியில் தவழ
காத்திருந்து..
தவத்தில் முத்து
மழை...

வீராங்கனைகள்

தன் சுவாசத்தை நிரப்பி
விண்வெளிக்கு உயிர்
கொடுத்தாள்..
கடமையாக அல்ல அவள்
மனதின் அழகை
காண்பதற்காக...

என்னவளின் எண்ணசுவடுகள்

என் விரல் பிடிக்க தயக்கமோ?
வெதும்பினேனடி!!
உன் வார்த்தைகளை உணரும் பொழுது...
அந்த கிணறு நீர் போதுமடி...
என் கண்ணீர் மறைப்பதற்கு!! என் விழி
ஒன்று போதுமடி உன் தவறுகளை
உணர்வதற்கு!!

தொடக்கம்

ஒரு நிமிடம் தன் நொடிகளை
வேண்டும்...
நம் இமைகள் உணர்ச்சிகளுக்கும்
ஏங்கும்...
இவை
அனைத்திற்கும் முரணான
ஒரு ரம்மிய........
தொடக்கம்!!!!

தவிப்பு

தவமாய் தவமிருந்து காத்திருக்க பார்வை
ஒன்று போதுமடி!!
ஊனமுற்ற மனமான என்னை உன் காதல்
ஒன்று கொல்லுதடி!!
விரும்பமில்லா என் ஆயுள்,
உன்னுடன்
என்று
ஏங்குதடி!!

உணர்வுகள்

கண்ணீர் துளிகளுக்கு தெரியும்
உண்மையை உணர
உனக்காக கண்ணீர் சிந்தும் உறவுகள்
அனைத்தும் உண்மையானது அல்ல
உன்னால் அதை துடைக்க மட்டுமே முடியும்,
உணர்வுகளால் உணரமுடியாது!!

அன்னையின் உணர்வு

மடிமீது உறங்கிடும் சேயும்.....
தவிப்போடு
சேயின் வருகைக்கு
காத்திருக்கும் தாயும்......
என்றும் அன்பிற்கு
அடிமையான
பிறப்புகள்...

இரட்டையர்கள்

சுமை ஆகினும்
சுகம் கொண்டு
கருவில் ஒன்றாய் வலம் வந்து...
விதை போல் வேற்றுமை அல்லாத
பிறப்பினை பெற்று
எத்திக்கும் படர்ந்திருக்கும்
தாமரை மலரினை கொண்டு
உன் வழி ஆக்கு....
உலகம் ,
உன்னை மகிழ்விக்கும் வரை !!

ஆண் தேவதையின் குரல்

அவள் தன்
ஒரு பார்வையில்
ஆயிரம் உணர்வுகளை சுமந்து
என் மனதை சிறகாக்கி.....
ஒரு குழந்தையைப் போல்
மீண்டும்
பல எதிர்பார்ப்புகளுடன்....
தொடர வைத்தால்...

காத்திருப்பு

பல நிமிடங்கள் அவசியம்...
அன்புள்ளம் கொண்டு இலக்கை அடைய...
உடன் வர காத்திருக்கும் நங்கை,
ஒரு
மடல் காண!!
உலாவருவாள்!!
உன் இதயக்கூட்டில்.
காலம்
கனியும்வரை காத்திரு...

அதும்,

அவற்றின் கண் மறைந்து
நம் கண் திறக்க...

விடியல்

மேகங்கள்...
சூரியனின் கலப்படம் மில்லா
கதிர்வீச்சில்
ஒரு முறை வெக்கத்தில் சிவக்கும்...
அதும்,
அவற்றின் கண் மறைந்து
நம் கண் திறக்க...

காதல் மடல்

நிலைகொண்டு நில்லாமல்
நிலவு போல் தடுமாறி
என் விழியில் தவழ்ந்தவளை
என் கரம் கொண்டு
அணைக்க
அனுமதி
வேண்டி
உன்னவனின்
கடிதம்!!

ஆதரவற்றோரின் குரல்

உடுப்பதும் கதர் உடைகளும்...
கிட்டிய உணவும் பிறர் கருணையிலும்....
சொந்தம் என்று கூற ஒரே இனமும்....
பாசத்திற்கு எங்கும் சிறார்களும்....
வளர்த்த மக்களால் கைவிட்டதால் பிழை நிலை
அறியாமல்....
சுவை உணராமல்....
இருப்பிடம் இல்லாமல்....
அனைத்தையும் இழந்தும்.....
இவைகள் அனைத்தும் இழந்தே பிறந்தும்.... இன்னல்
நிறைந்த சுழலில்
உயிர் வாழ உணவின்றி....
கை ஓங்கி காலத்தினை பிறருக்கு கூச்சல் இட்டு....
இன்று கை கூப்பி அனைத்தையும் கருணையை
எதிர்பார்க்கும் நிலையில் நிற்பினும்...
நிறத்தில் கூட வெறுப்போடு பார்க்கும் இவ்வுலகம்...
ஆதரவற்றவன் என்று சொல்லி அவனை அழைக்கும்...
இந்த நிலை மாற்றி..... வாழ்வின் ரணம் குறைப்போம்

மனிதத்துவம்

தீண்டாமை இன்றி வாழ்ந்தும்....
நாடி வருபவர்களை மதித்தும்....
ஜீவராசிகளின் பசி தீர்த்தும்....
புகழிற்காக நடிப்பது போல் அல்லாமல் ...பிறர் குணம்
அறிந்து உதவுதலும், உபசரிப்பதும்....
நன்மை தீமை எவர் கூரினும் மதித்து நடப்பதுமே
மனிதனேயம்.... இவ்வாறு
கடந்து வந்த பாதையை நாம் மறவாமல்....
பின் வரும் சந்ததியினர்க்கும் மனித துவத்தை ஊட்டி
வளர்ப்போம்!...

நடுத்தரத்தின் வாழ்க்கை வரலாறு

ஆரவாரமின்றி ஆர்பாட்டத்துடன்
கடந்து செல்லும் நாட்கள்....
சுமை கொண்டு சுகம் காணும் தருணங்கள்....
நல்ல முன்னேற்றத்தை எதிர்நோக்கி காத்திருந்து .....
கடந்த பாதைகளை மறவாமல்.....
சிறுக சிறுக சேமித்து...
தன் வாழ்வில் கண்ட துயரங்களை......
நித்தம் நினைத்து தம் மக்கள் நல் வாழ்வு காண....
இப்போது அனுபவிக்கும் துயரம் ...
ஒரு பாடமே....
நடுத்தர மக்களின் வாழ்க்கை பாடம்..

வீரர்கள்

தன் சரித்திரத்தை இறையாக்கி...
வல்லமைக்கு வழிக்கண்டு...
விடை காண வினாவை அறிந்து..
பயம் கொண்டு
இந்நாட்டை
திகைப்போடு பல மாற்றங்கள் நிகழ்த்தி...
இம்மண்ணிற்கு உயிரூட்டி...
பலர் வாழ்வினில் அடைந்த துன்பத்திற்கு பரிசாக
சுதந்திரம் அடைந்தோம்....
சுதந்திர வீரர்களைக் கொண்டு !!

விடியல்

சுயநலமில்லா நம் வாழ்வில்.....
சுவடுகளை கலந்த உணர்வுகளை....
உழைப்பினை கொண்டு....
தன்னிச்சையாய் போராடி...
தடம் பதிக்கும் வரை!!
நித்தம் அறவனைத்தும், சூழல் அறிந்தும்.....
விடை அறிந்து
வினாவை நாடி....
பயணத்தை
இடையூறில்லா,
இயல்பான
பாவனைகள் கொண்டு....
இலக்கை பற்றி
வெற்றியின் பிடியில்....
உலாவருவோம்...!!!

நற்பண்பு

உலகில் அனைவருக்கும் ஒரு ஒரு குணம்.!
ஆனால் நல்லொழுக்கம் வழி வழியே கடைப்பிடிக்கும்
சிறந்த குணம்.!!
அறியாதவருக்கு அறிவு புகட்டி
ஒழுக்கம் கற்று நடக்கவும்,
நன்மை தீமை பழகவும்,
பெரியவர்கள் சொல் கேட்டு
நமக்கு
நல்லொழுக்கம் கிட்டுமாயின்,
அத்தகைய ஒழுக்கத்தை நாம் என்றும் பின்பற்றுவோம்...
வரும் சந்ததியினர்க்கும் புகட்டி வளர்ப்போம்!!!

ஏழையின் பசி

காலம் காலமாக இவ்வுலகில் உலாவருகிறது....
பஞ்சம் மற்றும் பட்டினி...
ஒரு வேளை உணவிற்கு கூட ஏங்கும் வண்ணம்....
நாட்கள் இக்காலத்தில் வெகுவாய் நகர்கின்றது....
கூலி வேலை செய்தும் வயிறு நிரம்ப உண்ண முடியாமல்
தண்ணீர் அருந்தி பசி தீர்க்கும் பலர்....
இந்த இக்கட்டான நிலையில் தண்ணீர்க்கு கூட வழியின்றி
தவிக்கின்றன...
நம்மால் அவர்கள் பசியை உணரமுடியாது....
ஆனால் உதவ இயலும்.... இயன்ற வரை உணவளிப்போம்..
வறுமையின் பசி போக்குவோம்....

தலைமுறை

வயதில் மூத்தவள்....
பக்குவமாய் அறிவுரை கூறி வளர்பவள்.....
பினி தீண்டா பண்டங்கள் அளிப்பவள்....
சுகமாய் கதை சொல்பவள்....
அறியாமையை பேச்சினைக் கொண்டு அனைவரையும்
கவர்ந்தவள்....
மனதில் நினைப்பதை செய்கையில் உணர்த்துபவள்...
என் வம்சத்தின் விருட்சமும் அவள்.....

நடுத்தரத்தின் வாழ்க்கை வரலாறு

ஆரவாரமின்றி ஆர்பாட்டத்துடன்
கடந்து செல்லும் நாட்கள்....
சுமை கொண்டு சுகம் காணும் தருணங்கள்....
நல்ல முன்னேற்றத்தை எதிர்நோக்கி காத்திருந்து .....
கடந்த பாதைகளை மறவாமல்.....
சிறுக சிறுக சேமித்து... தன் வாழ்வில் கண்ட துயரங்களை......
நித்தம் நினைத்து தம் மக்கள் நல் வாழ்வு காண....
இப்போது அனுபவிக்கும் துயரம் ...
ஒரு பாடமே....
நடுத்தர மக்களின் வாழ்க்கை பாடம்..

மனிதத்துவம்

தீண்டாமை இன்றி வாழ்ந்தும்....
நாடி வருபவர்களை மதித்தும்....
ஜீவராசிகளின் பசி தீர்த்தும்....
புகழிற்காக நடிப்பது போல் அல்லாமல் ...பிறர் குணம்
அறிந்து உதவுதலும், உபசரிப்பதும்.....
நன்மை தீமை எவர் கூறினும் மதித்து நடப்பதுமே
மனிதனேயம்....
இவ்வாறு
கடந்து வந்த பாதையை நாம் மறவாமல்....
பின் வரும் சந்ததியினர்க்கும் மனித துவத்தை ஊட்டி
வளர்ப்போம்!!!

ஆசைகள் பலவிதம்......

இவ்வுலகில் ஆசைகளுக்கு அளவில்லை.....
ஒவ்வொன்றும்
ஒரு விதம்.....
சிறியவர் முதல் பெரியவர் வரை....
ஒரு தாயிக்கு மழலையின் புன்னகை
பார்க்க ஆசை...
ஒரு நண்பனுக்கு நட்பின் உன்னதத்தை உணர ஆசை....
தன் கற்பனைகளைக் கொண்டு
ஆசை என்ற பெயரில் வண்ணம் தீட்டி.....
அடைய விரும்பி......
தம் நாட்களை கடத்தி.....
நித்தம் காத்திருக்க
ஆசைகளும் காலத்திற்கு ஏற்ப
மாற தொடங்கும்......
இவை
அனைத்து
மனிதரின்
புதிர் புகா எண்ணங்களின்..... கலப்படமில்லா.....
பலவித ஆசைகள்....

நிறமாற்றங்கள்

இவ்வுலகில் அனைவருக்கும் எண்ணங்கள் வேறுபடும்
வகையில்.....
அர்த்தங்கள் வேறுபடும்....
அதுபோல் இவ்வுலகில் வண்ணங்கள்...
ஒவ்வொன்றிற்கும் ஒரு ஒரு அர்த்தங்கள்.....
அவ்வண்ணங்களை நம்முடன் ஒப்பிடுகையில்.....
பச்சை வண்ணம் நிறைந்த இவ்வுலகில்....
அதன் தகுதிகளும் நிறைந்துள்ளது....
நம் வாழ்வின் கருப்பொருளும் ஆகும்.....
இவ்வண்ணம் கசப்பை குறிப்பினும் இந்த நிறம ,சுவை
இன்றி ஒரு பொழுது சாயாது....
அதில்,
மஞ்சள் மற்றும் சிவப்பு வண்ணம் பெண்மையைக்
குறிக்கும்.....
பெண் என்றாலே அழகு அதில் மஞ்சளும் குங்குமமும்
மேலும் அழகு சேர்க்கும்.....
எண்ணங்கள் போல் வாழ்க்கை வேண்டும்....
கலப்பது வெண்ணிறம் என்றால் அதே நிறத்தைப்
பிரதிபலிக்கும்.....
நன்மையும் தீமையும் அவ்வாறே.....
வண்ணங்களை ஒப்பிட்டு வாழ்வினை கடப்போம்.....
நிரந்தரமாய்.....
கலப்படமில்லாமல்